ಹೆಜ್ಜೆಹೆಜ್ಜೆಗೂ ಪ್ರಕೃತಿ

Nature at Every Step

ಒಂದು ಚಾರಣಿಗಳ ಮನಸ್ಸಿನ ಟಿಪ್ಪಣಿಗಳು

ದಾನೇಶ್ವರಿ ಎಚ್ ಪಾಟೀಲ್

ಹೆಜ್ಜೆಹೆಜ್ಜೆಗೂ ಪ್ರಕೃತಿ

ಲೇಖಕಿ: ದಾನೇಶ್ವರಿ ಎಚ್ ಪಾಟೀಲ್

ಪ್ರಥಮ ಮುದ್ರಣ · ೨೦೧೮

ಬೆಟ್ಟ, ಕಾಡು, ನದಿ, ಕಡಲನ್ನು

ನನ್ನೊಂದಿಗೆ ನಡೆದ ಎಲ್ಲರಿಗೂ...

ಪರಿವಿಡಿ

ಮುನ್ನುಡಿ — ಹೆಜ್ಜೆ ಇಡುವ ಮೊದಲು

ಒಂದು ಹೆಜ್ಜೆ. ಬರೀ ಒಂದೇ ಹೆಜ್ಜೆ ಸಾಕು, ನಗರದ ಗಡಿಬಿಡಿಯಿಂದ ಕಾಡಿನ ಮೌನಕ್ಕೆ ಹೊರಳಲು. ನಾನು ಚಾರಣ ಆರಂಭಿಸಿದಾಗ ನನಗೆ ಗೊತ್ತಿರಲಿಲ್ಲ, ಇದು ಬರೀ ಬೆಟ್ಟ ಹತ್ತುವ, ಜಲಪಾತ ನೋಡುವ ಹವ್ಯಾಸವಾಗಿ ಉಳಿಯುವುದಿಲ್ಲವೆಂದು. ಪ್ರತಿ ಚಾರಣವೂ ನನ್ನೊಳಗೆ ಏನನ್ನೋ ಬದಲಾಯಿಸುತ್ತಾ ಹೋಯಿತು. ಮೊದಲ ಬಾರಿ ಪಶ್ಚಿಮ ಘಟ್ಟದ ದಟ್ಟ ಕಾಡಿನೊಳಗೆ ಕಾಲಿಟ್ಟಾಗ, ಎಲೆಗಳ ನಡುವಿಂದ ಸೋಸಿ ಬರುವ ಬೆಳಕು, ಮಣ್ಣಿನ ವಾಸನೆ, ದೂರದಲ್ಲೆಲ್ಲೋ ಕೂಗುವ ಹಕ್ಕಿಯ ದನಿ — ಇವೆಲ್ಲ ಸೇರಿ ನನ್ನನ್ನು ಬೇರೊಂದು ಲೋಕಕ್ಕೆ ಕರೆದೊಯ್ದಂತಾಯಿತು.

ಈ ಪುಸ್ತಕ ಒಂದು ಪ್ರವಾಸ ಕಥನವಲ್ಲ, ಒಂದು ಮಾರ್ಗದರ್ಶಿಯೂ ಅಲ್ಲ. ಇದು ವರ್ಷಗಳ ಕಾಲ ಕರ್ನಾಟಕದ ಬೆಟ್ಟ, ಕಾಡು, ನದಿ, ಕಡಲಂಚಿನಲ್ಲಿ ನಡೆದಾಡಿದ ಒಬ್ಬ ಸಾಮಾನ್ಯ ಚಾರಣಿಗಳ ಮನಸ್ಸಿನ ಟಿಪ್ಪಣಿಗಳು. ಕೊಡಗಿನ ಮಂಜು, ಚಿಕ್ಕಮಗಳೂರಿನ ಕಾಫಿ ತೋಟಗಳ ಘಮ,

ಕರಾವಳಿಯ ಉಪ್ಪುಗಾಳಿ, ಮಲೆನಾಡಿನ ಮುಂಗಾರು — ಇವೆಲ್ಲವನ್ನೂ ನಾನು ಕಂಡಂತೆ, ಅನುಭವಿಸಿದಂತೆ ಇಲ್ಲಿ ಬರೆದಿದ್ದೇನೆ.

ಪ್ರಕೃತಿ ನಮಗೆ ಏನನ್ನೂ ಕಲಿಸಲು ಬಯಸುವುದಿಲ್ಲ; ಅದು ಬರೀ ಇರುತ್ತದೆ, ತನ್ನಷ್ಟಕ್ಕೇ ತಾನು. ಆದರೆ ನಾವು ಸ್ವಲ್ಪ ನಿಧಾನಿಸಿ, ಕಿವಿಗೊಟ್ಟು ನೋಡಿದರೆ, ಅದು ನಮಗೆ ಬದುಕುವ ಬಗೆಯನ್ನೇ ಮತ್ತೆ ಕಲಿಸುತ್ತದೆ ಎಂದು ನನ್ನ ನಂಬಿಕೆ. ಈ ಪುಟಗಳಲ್ಲಿ ನೀವು ನನ್ನೊಂದಿಗೆ ಹೆಜ್ಜೆ ಹಾಕುತ್ತೀರಿ ಎಂಬ ಆಶಯದೊಂದಿಗೆ, ಈ ಪಯಣ ಆರಂಭಿಸೋಣ.

◆ ◆ ◆

ಬೆಟ್ಟಗಳ ಕರೆ

ಮುಂಜಾನೆ ನಾಲ್ಕು ಗಂಟೆಗೆ ಎಚ್ಚರವಾದಾಗ, ಕಿಟಕಿಯಾಚೆ ಇನ್ನೂ ಕತ್ತಲು. ಆದರೆ ಬ್ಯಾಗ್ ಈಗಾಗಲೇ ಸಿದ್ಧವಾಗಿತ್ತು — ಒಂದು ಜೊತೆ ಬಟ್ಟೆ, ನೀರಿನ ಬಾಟಲಿ, ಟಾರ್ಚ್, ಮತ್ತು ಪುಟ್ಟ ಡೈರಿ. ಬೆಟ್ಟ ಹತ್ತುವ ಮೊದಲ ದಿನಗಳಲ್ಲಿ ನನಗೆ ಅನಿಸುತ್ತಿತ್ತು, ಇದೆಲ್ಲ ಬರೀ ದೇಹದ ಆಟ — ಕಾಲುಗಳ ಶಕ್ತಿ, ಉಸಿರಿನ ಲಯ. ಆದರೆ ಕುಮಾರಪರ್ವತದ ಮೊದಲ ಏರಿನಲ್ಲೇ ನನಗೆ ಗೊತ್ತಾಯಿತು, ಬೆಟ್ಟ ಹತ್ತುವುದು ಮನಸ್ಸಿನ ಜೊತೆಗಿನ ಸಂಭಾಷಣೆ ಎಂದು.

ಬೆಟ್ಟಗಳು ಕರೆಯುತ್ತವೆ ಎಂದು ಹಿರಿಯ ಚಾರಣಿಗರೊಬ್ಬರು ಹೇಳಿದ್ದು ನೆನಪಿದೆ. ಆಗ ನನಗೆ ಅದೊಂದು ಕಾವ್ಯಾತ್ಮಕ ಮಾತಿನಂತೆ ಕೇಳಿಸಿತ್ತು. ಆದರೆ ಈಗ, ಪ್ರತಿ ಬಾರಿ ಕೆಲಸದ ಒತ್ತಡ ಹೆಚ್ಚಾದಾಗ, ಮನಸ್ಸು ಸ್ವಯಂಚಾಲಿತವಾಗಿ ಬೆಟ್ಟದ ದಾರಿಗಳ ಕಡೆಗೆ ಹೊರಳುತ್ತದೆ. ಬಾಬಾಬುಡನ್‌ಗಿರಿಯ ಮುಳ್ಳಯ್ಯನಗಿರಿ ಶಿಖರದಿಂದ ಮೊದಲ ಬಾರಿ ಸೂರ್ಯೋದಯ ನೋಡಿದಾಗ, ಮೋಡಗಳು ನನ್ನ ಕಾಲ ಕೆಳಗೆ

ಹರಡಿಕೊಂಡಿದ್ದವು. ಆ ಕ್ಷಣ ನಾನು ಎಷ್ಟು ಚಿಕ್ಕವಳು, ಮತ್ತು ಇಡೀ ಪ್ರಪಂಚ ಎಷ್ಟು ದೊಡ್ಡದು ಎಂಬ ಅರಿವು ಒಮ್ಮೆಗೇ ಮೂಡಿಬಂತು.

ಬೆಟ್ಟ ಹತ್ತುವಾಗ ಪ್ರತಿ ತಿರುವಿನಲ್ಲೂ ದೇಹ ದಣಿಯುತ್ತದೆ, ಆದರೆ ವಿಚಿತ್ರವೆಂದರೆ ಮನಸ್ಸು ಹಗುರವಾಗುತ್ತಾ ಹೋಗುತ್ತದೆ. ಕಾಲುಗಳ ನೋವು, ಉಸಿರಿನ ಏದುಸಿರು — ಇವೆಲ್ಲದರ ನಡುವೆಯೂ ಒಂದು ಸ್ಪಷ್ಟತೆ ಸಿಗುತ್ತದೆ, ದಿನನಿತ್ಯದ ಗದ್ದಲದಲ್ಲಿ ಎಂದೂ ಸಿಗದಂಥದ್ದು. ಇಂದಿಗೂ, ಪ್ರತಿ ಬೆಟ್ಟದ ತುದಿಯಲ್ಲಿ ನಿಂತಾಗ, ಈ ಪಯಣ ಇನ್ನೂ ಮುಗಿದಿಲ್ಲ ಎಂಬ ಭಾವನೆ ನನ್ನೊಳಗೆ ಮೂಡುತ್ತದೆ.

◆ ◆ ◆

ಕಾಡಿನ ಮೌನ

ಕಾಡಿನೊಳಗೆ ಮೌನ ಎಂದರೆ ಶಬ್ದವಿಲ್ಲದಿರುವುದಲ್ಲ. ಅಲ್ಲಿ ಎಲೆ ಉದುರುವ ಸದ್ದು, ದೂರದ ಕೊಂಬೆಯ ಮೇಲೆ ಹಾರುವ ಹಕ್ಕಿಯ ರೆಕ್ಕೆಬಡಿತ, ಕಾಲ ಕೆಳಗಿನ ಒಣಎಲೆಗಳ ಕುಸುಕುಸು — ಇವೆಲ್ಲ ಸೇರಿ ಒಂದು ವಿಶಿಷ್ಟ ಸಂಗೀತವನ್ನೇ ಸೃಷ್ಟಿಸುತ್ತವೆ. ಕುದುರೆಮುಖ ರಾಷ್ಟ್ರೀಯ ಉದ್ಯಾನದ ದಟ್ಟ ಕಾಡಿನಲ್ಲಿ ನಡೆಯುತ್ತಿದ್ದಾಗ, ನಗರದ ಗದ್ದಲಕ್ಕೆ ಒಗ್ಗಿದ್ದ ನನ್ನ ಕಿವಿಗಳಿಗೆ ಈ ಮೌನ ಮೊದಮೊದಲು ಭಯ ಹುಟ್ಟಿಸಿತ್ತು.

ಆದರೆ ಸ್ವಲ್ಪ ಸಮಯದ ನಂತರ ಆ ಮೌನ ಆಪ್ತವಾಯಿತು. ಗೈಡ್ ಒಬ್ಬರು ಹೇಳಿದ ಮಾತು ಇನ್ನೂ ನೆನಪಿದೆ: "ಕಾಡು ಮಾತಾಡುತ್ತೆ, ನಾವು ಕೇಳೋದನ್ನ ಕಲಿಬೇಕಷ್ಟೇ." ನಿಜಕ್ಕೂ, ಗಮನವಿಟ್ಟು ಕೇಳಿದಾಗ, ಕಾಡಿನ ಪ್ರತಿ ಮೂಲೆಯೂ ಒಂದಲ್ಲ ಒಂದು ಕಥೆ ಹೇಳುತ್ತಿತ್ತು — ಬಿದ್ದ ಮರದ ಕಾಂಡದ ಮೇಲೆ ಬೆಳೆದ ಶಿಲೀಂಧ್ರಗಳು, ನೀರಿನ ಒರತೆಯ ಪಕ್ಕ ಮೂಡಿದ ಪ್ರಾಣಿಗಳ ಹೆಜ್ಜೆ ಗುರುತುಗಳು, ಬಳ್ಳಿಗಳು ಮರವನ್ನು ಬಳಸಿಕೊಂಡು ಮೇಲೇರುವ ರೀತಿ.

ಒಮ್ಮೆ ಸಂಜೆಯ ಹೊತ್ತಿಗೆ ಕಾಡಿನಲ್ಲಿ ದಾರಿ ತಪ್ಪಿದಂತಾಗಿ, ಸ್ವಲ್ಪ ಹೊತ್ತು ಒಂದೆಡೆ ಕುಳಿತಿದ್ದೆ. ಆ ಕ್ಷಣ ಭಯದ ಬದಲು ವಿಚಿತ್ರ ಶಾಂತಿ ಆವರಿಸಿತ್ತು. ಸುತ್ತಲಿನ ಮರಗಳು ನನ್ನನ್ನು ಕಾಪಾಡುತ್ತಿರುವಂತೆ ಭಾಸವಾಗಿತ್ತು. ಆ ಮೌನದಲ್ಲಿ ನನಗೆ ಅರಿವಾಗಿದ್ದು ಇಷ್ಟೇ — ಕಾಡು ನಮ್ಮನ್ನು ಭಯಪಡಿಸಲು ಅಲ್ಲ, ನಮ್ಮೊಳಗಿನ ಗದ್ದಲವನ್ನು ತೊಳೆಯಲು ಇರುವಂಥದ್ದು.

◆◆◆

ನದಿಯ ಹಾಡು

ತುಂಗೆ, ಭದ್ರೆ, ಕಾವೇರಿ — ಈ ಹೆಸರುಗಳನ್ನು ಕೇಳಿದಾಗಲೆಲ್ಲ ನನಗೆ ಮೊದಲು ನೆನಪಾಗುವುದು ಅವುಗಳ ದನಿ. ಪ್ರತಿ ನದಿಗೂ ಒಂದು ವಿಶಿಷ್ಟ ಸಂಗೀತವಿದೆ — ಬೆಟ್ಟದ ತಪ್ಪಲಿನಲ್ಲಿ ಅದು ಕಿರುಚುತ್ತ ಧಾವಿಸಿದರೆ, ಬಯಲಿಗಿಳಿದ ಮೇಲೆ ನಿಧಾನವಾಗಿ, ಗಂಭೀರವಾಗಿ ಹರಿಯುತ್ತದೆ. ಕೊಡಗಿನ ತಲಕಾವೇರಿಯಲ್ಲಿ ಕಾವೇರಿಯ ಉಗಮ ಸ್ಥಾನದಲ್ಲಿ ನಿಂತಾಗ, ಒಂದು ಪುಟ್ಟ ಒರತೆ ಇಷ್ಟು ದೊಡ್ಡ ನದಿಯಾಗಿ ಬೆಳೆಯುತ್ತದೆಯೇ ಎಂಬ ಅಚ್ಚರಿ ಮೂಡಿತ್ತು.

ನದಿಯ ದಡದಲ್ಲಿ ಕುಳಿತು ಗಂಟೆಗಟ್ಟಲೆ ಕಳೆದ ದಿನಗಳಿವೆ. ನೀರು ಕಲ್ಲುಗಳ ಮೇಲೆ ಹರಿಯುವಾಗ ಉಂಟಾಗುವ ಆ ಲಯಬದ್ಧ ಸದ್ದು, ಮನಸ್ಸನ್ನು ಒಂದು ರೀತಿಯ ತಂದ್ರಾವಸ್ಥೆಗೆ ಕೊಂಡೊಯ್ಯುತ್ತದೆ. ಶಿವನಸಮುದ್ರದ ಬಳಿ ಕಾವೇರಿ ಎರಡು ಕವಲಾಗಿ ಹರಿದು ಗಗನಚುಕ್ಕಿ ಮತ್ತು ಭರಚುಕ್ಕಿ ಜಲಪಾತಗಳಾಗಿ ಧುಮುಕುವುದನ್ನು ನೋಡಿದಾಗ, ನದಿಯ ಶಕ್ತಿ ಎಂಥದ್ದು ಎಂಬ ಅರಿವು ಮೈನವಿರೇಳಿಸುವಂತಿತ್ತು.

ಆದರೆ ನದಿ ಬರೀ ಸೌಂದರ್ಯದ ವಸ್ತುವಲ್ಲ. ಅದು ಬದುಕಿನ ಆಧಾರ. ದಡದ ಗ್ರಾಮಗಳಲ್ಲಿ ಮಹಿಳೆಯರು ಬಟ್ಟೆ ಒಗೆಯುತ್ತಿದ್ದುದನ್ನು, ರೈತರು ಗದ್ದೆಗೆ ನೀರು ಹರಿಸುತ್ತಿದ್ದುದನ್ನು ನೋಡಿದಾಗ, ನದಿ ಒಂದು ತಾಯಿಯಂತೆ ಎಷ್ಟು ಜನರನ್ನು ಪೊರೆಯುತ್ತಿದೆ ಎಂಬುದು ಅರಿವಾಯಿತು. ನದಿಯ ಹಾಡು ಕೇಳಿಸಿಕೊಳ್ಳುವುದೆಂದರೆ, ಬರೀ ಅದರ ಸದ್ದನ್ನಲ್ಲ, ಅದು ಪೊರೆಯುವ ಜೀವನಗಳ ಕಥೆಯನ್ನೂ ಕೇಳಿಸಿಕೊಳ್ಳುವುದು ಎಂದು ನಾನು ಕಲಿತೆ.

◆◆◆

ಜಲಪಾತದ ಮುಂದೆ

ಜೋಗ ಜಲಪಾತದ ಮುಂದೆ ಮೊದಲ ಬಾರಿ ನಿಂತಾಗ ನನ್ನ ಬಾಯಿಂದ ಒಂದು ಮಾತೂ ಹೊರಡಲಿಲ್ಲ. ಶರಾವತಿ ನದಿ ಸುಮಾರು ಇನ್ನೂರ ಐವತ್ತು ಅಡಿ ಎತ್ತರದಿಂದ ರಾಜ, ರಾಣಿ, ರೋರರ್ ಮತ್ತು ರಾಕೆಟ್ ಎಂಬ ನಾಲ್ಕು ಕವಲುಗಳಾಗಿ ಧುಮುಕುವ ದೃಶ್ಯ, ಪ್ರಕೃತಿಯ ಶಕ್ತಿಗೆ ಮನುಷ್ಯ ಎಷ್ಟು ಚಿಕ್ಕವನು ಎಂಬುದನ್ನು ಮತ್ತೆ ಮತ್ತೆ ನೆನಪಿಸುತ್ತದೆ. ಮಳೆಗಾಲದಲ್ಲಿ ಈ ಜಲಪಾತ ನೋಡಿದರೆ, ಅದರ ಭೋರ್ಗರೆತ ಎದೆಯೊಳಗೂ ಅನುರಣಿಸುತ್ತದೆ.

ಆದರೆ ಎಲ್ಲ ಜಲಪಾತಗಳೂ ಜೋಗದಷ್ಟು ಬೃಹತ್ ಆಗಿರಬೇಕಿಲ್ಲ. ಚಿಕ್ಕಮಗಳೂರಿನ ಹೆಬ್ಬೆ ಜಲಪಾತದಂತಹ ಪುಟ್ಟ, ಶಾಂತ ಜಲಪಾತಗಳ ಮುಂದೆ ಕುಳಿತು ಕಾಫಿ ಕುಡಿಯುತ್ತ ಕಳೆದ ಸಂಜೆಗಳೂ ನನಗೆ ಅಷ್ಟೇ ಅಮೂಲ್ಯ. ನೀರಿನ ಹನಿಗಳು ಗಾಳಿಯಲ್ಲಿ ತೇಲಿಬಂದು ಮುಖಕ್ಕೆ ಸೋಕುವಾಗ, ಸಣ್ಣ ಕಾಮನಬಿಲ್ಲೊಂದು ಮೂಡಿ ಮಾಯವಾಗುವುದನ್ನು ನೋಡುವುದೇ ಒಂದು ಧ್ಯಾನ.

ಜಲಪಾತದ ಮುಂದೆ ನಿಂತಾಗ ನನಗೆ ಯಾವಾಗಲೂ ಅನಿಸುವುದು — ನೀರು ಎಷ್ಟು ವಿನಮ್ರವೋ ಅಷ್ಟೇ ಶಕ್ತಿಶಾಲಿ ಕೂಡ. ಅದು ಬಂಡೆಗಳಿಗೆ ಎದುರಾಗಿ ಹೋರಾಡುವುದಿಲ್ಲ, ಬದಲಿಗೆ ಅವುಗಳ ಸುತ್ತ ದಾರಿ ಕಂಡುಕೊಳ್ಳುತ್ತದೆ, ಅಥವಾ ವರ್ಷಗಳ ಕಾಲ ನಿಧಾನವಾಗಿ ಅವುಗಳನ್ನೇ ಕೊರೆಯುತ್ತದೆ. ಈ ಪಾಠ ನನ್ನ ಬದುಕಿನ ಕಷ್ಟದ ದಿನಗಳಲ್ಲೂ ನನ್ನ ಜೊತೆಗಿತ್ತು.

◆ ◆ ◆

ಮುಂಗಾರಿನ ಮೋಡಿ

ಜೂನ್ ತಿಂಗಳ ಮೊದಲ ಮಳೆ ಬಿದ್ದೊಡನೆ ಮಲೆನಾಡಿನ ಇಡೀ ಚಿತ್ರಣವೇ ಬದಲಾಗುತ್ತದೆ. ಒಣಗಿದ್ದ ಮಣ್ಣು ಮೈಚಾಚಿಕೊಳ್ಳುತ್ತದೆ, ಗಾಳಿಯಲ್ಲಿ ಆ ವಿಶಿಷ್ಟ ಮಣ್ಣಿನ ಪರಿಮಳ ತುಂಬಿಕೊಳ್ಳುತ್ತದೆ — ಅದನ್ನು ಪದಗಳಲ್ಲಿ ವಿವರಿಸುವುದು ಕಷ್ಟ, ಆದರೆ ಒಮ್ಮೆ ಅನುಭವಿಸಿದವರಿಗೆ ಅದು ಎಂದೂ ಮರೆಯದ ನೆನಪು. ಆಗುಂಬೆಯಲ್ಲಿ ಮುಂಗಾರಿನ ಮೊದಲ ಮಳೆಯಲ್ಲಿ ನೆನೆದ ದಿನ ನನಗೆ ಇಂದಿಗೂ ಚೆನ್ನಾಗಿ ನೆನಪಿದೆ.

ಮುಂಗಾರಿನ ಚಾರಣ ಸುಲಭವಲ್ಲ. ಜಿಗಣೆಗಳು, ಜಾರುವ ಹಾದಿಗಳು, ಇದ್ದಕ್ಕಿದ್ದಂತೆ ಬೀಳುವ ಮಳೆ — ಇವೆಲ್ಲ ಸವಾಲುಗಳೇ. ಆದರೆ ಈ ಸವಾಲುಗಳ ನಡುವೆಯೇ ಪ್ರಕೃತಿ ತನ್ನ ಅತ್ಯಂತ ಸುಂದರ ರೂಪವನ್ನು ತೋರಿಸುತ್ತದೆ. ಕಣಿವೆಗಳಲ್ಲಿ ಮಂಜು ಆವರಿಸಿ, ಬೆಟ್ಟಗಳು ಮೋಡದ ನಡುವೆ ದ್ವೀಪಗಳಂತೆ ಕಾಣುವ ದೃಶ್ಯ ಮುಂಗಾರಿನಲ್ಲಿ ಮಾತ್ರ ಸಿಗುವ ಕೊಡುಗೆ.

ಮುಂಗಾರಿನಲ್ಲಿ ಕಾಡು ಹಸಿರಿನ ನೂರಾರು ಛಾಯೆಗಳಲ್ಲಿ ಅರಳುತ್ತದೆ. ಪ್ರತಿ ಎಲೆಯ ಮೇಲೂ ನೀರಿನ ಹನಿಗಳು ಮುತ್ತಿನಂತೆ ಹೊಳೆಯುತ್ತವೆ. ಗದ್ದೆಗಳಲ್ಲಿ ರೈತರು ಬಿತ್ತನೆ ಕಾರ್ಯದಲ್ಲಿ ತೊಡಗಿರುವುದನ್ನು ನೋಡುತ್ತ, ಈ ಮಳೆ ಬರೀ ನನ್ನ ಪ್ರವಾಸಕ್ಕಷ್ಟೇ ಅಲ್ಲ, ಇಡೀ ಒಂದು ಜನಪದದ ಬದುಕಿಗೇ ಜೀವಸೆಲೆ ಎಂಬುದು ಅರಿವಾಗುತ್ತದೆ. ಮುಂಗಾರು ಕೇವಲ ಋತುವಲ್ಲ, ಅದೊಂದು ಹಬ್ಬ.

◆ ◆ ◆

ಸೂರ್ಯೋದಯ, ಸೂರ್ಯಾಸ್ತ

ಒಂದೇ ಸೂರ್ಯ, ಆದರೆ ಪ್ರತಿ ಬೆಟ್ಟದ ತುದಿಯಿಂದ ಅವನ ಉದಯ ಬೇರೆ ಬೇರೆ ಕಥೆ ಹೇಳುತ್ತದೆ. ನಂದಿ ಬೆಟ್ಟದಲ್ಲಿ ಮುಂಜಾನೆ ಚಳಿಯಲ್ಲಿ ನಡುಗುತ್ತ ನೂರಾರು ಜನರ ನಡುವೆ ಸೂರ್ಯೋದಯ ನೋಡಿದ ನೆನಪೊಂದಿದ್ದರೆ, ಕೊಡಚಾದ್ರಿಯ ಮೇಲೆ ಬರೀ ನಾಲ್ಕೈದು ಜನರ ಜೊತೆ, ಸಂಪೂರ್ಣ ಮೌನದಲ್ಲಿ ಸೂರ್ಯನ ಮೊದಲ ಕಿರಣ ಮೋಡಗಳ ಸಮುದ್ರವನ್ನು ಚಿನ್ನವಾಗಿಸಿದ ದೃಶ್ಯ ಇನ್ನೊಂದು ನೆನಪು.

ಸೂರ್ಯಾಸ್ತವಾದರೋ ಬೇರೊಂದೇ ಭಾವ ಹುಟ್ಟಿಸುತ್ತದೆ. ಅದು ಆಚರಣೆಯದ್ದಲ್ಲ, ಬೀಳ್ಕೊಡುಗೆಯದ್ದು. ಗೋಕರ್ಣದ ಕಡಲತೀರದಲ್ಲಿ ಕುಳಿತು ಸೂರ್ಯ ಸಮುದ್ರದೊಳಗೆ ಮುಳುಗುವುದನ್ನು ನೋಡುತ್ತಿದ್ದಾಗ, ಆಕಾಶ ಕಿತ್ತಳೆ, ಗುಲಾಬಿ, ನೇರಳೆ ಬಣ್ಣಗಳಲ್ಲಿ ಮಿಂದೇಳುತ್ತಿತ್ತು. ಆ ಕ್ಷಣಗಳಲ್ಲಿ ದಿನದ ಎಲ್ಲ ಆಯಾಸ, ಎಲ್ಲ ಚಿಂತೆ ಮರೆಯಾಗಿ, ಬರೀ ಆ ಬಣ್ಣಗಳ ಮುಂದೆ ನಾನೊಬ್ಬಳೇ ಉಳಿದಂತೆ ಅನಿಸುತ್ತಿತ್ತು.

ಸೂರ್ಯೋದಯ ಮತ್ತು ಸೂರ್ಯಾಸ್ತ ನನಗೆ ಬದುಕಿನ ಒಂದು ರೂಪಕದಂತೆ ಕಂಡಿವೆ. ಪ್ರತಿ ಉದಯ ಹೊಸ ಆರಂಭ, ಪ್ರತಿ ಅಸ್ತ ಒಂದು ಅಧ್ಯಾಯದ ಮುಕ್ತಾಯ. ಆದರೆ ಎರಡರಲ್ಲೂ ಒಂದು ಸಾಮಾನ್ಯ ಸತ್ಯವಿದೆ — ಬದಲಾವಣೆ ಶಾಶ್ವತ, ಮತ್ತು ಅದನ್ನು ಒಪ್ಪಿಕೊಳ್ಳುವುದರಲ್ಲೇ ಶಾಂತಿ ಇದೆ ಎಂಬುದು.

◆◆◆

ರಾತ್ರಿಯ ಆಕಾಶ

ನಗರದಲ್ಲಿ ಬೆಳೆದ ನನಗೆ, ನಕ್ಷತ್ರಗಳ ಪೂರ್ಣ ಸೊಬಗು ಮೊದಲ ಬಾರಿ ಕಾಣಿಸಿದ್ದು ಬಂಡಿಪುರದ ಬಳಿಯ ಒಂದು ಕ್ಯಾಂಪ್‌ಸೈಟ್‌ನಲ್ಲಿ. ವಿದ್ಯುತ್ ದೀಪಗಳ ಗದ್ದಲವಿಲ್ಲದ ಆ ಆಕಾಶದಲ್ಲಿ ಹಾಲುಹಾದಿ (ಕ್ಷೀರಪಥ) ಸ್ಪಷ್ಟವಾಗಿ ಕಾಣುತ್ತಿತ್ತು — ಒಂದು ಮಸುಕಾದ, ಆದರೆ ನಿಚ್ಚಳ ಬೆಳಕಿನ ನದಿ ಆಕಾಶದುದ್ದಕ್ಕೂ ಹರಿಯುತ್ತಿತ್ತು. ಆ ಕ್ಷಣ ನಾನು ನೆಲದ ಮೇಲೆ ಮಲಗಿ, ಗಂಟೆಗಟ್ಟಲೆ ಬರೀ ಮೇಲೆ ನೋಡುತ್ತ ಕಳೆದೆ.

ಚಾರಣಗಳ ಸಂಜೆಗಳಲ್ಲಿ, ಟೆಂಟ್ ಹಾಕಿ ಬೆಂಕಿಯ ಸುತ್ತ ಕುಳಿತು ಹರಟುತ್ತ, ಮೇಲೆ ನಕ್ಷತ್ರಗಳನ್ನು ಎಣಿಸುತ್ತಿದ್ದ ಗಳಿಗೆಗಳು ನನಗೆ ವಿಶೇಷ ಪ್ರಿಯ. ಕೆಲವೊಮ್ಮೆ ಉಲ್ಕಾಪಾತ ಕಂಡು ಎಲ್ಲರೂ ಒಟ್ಟಿಗೆ ಉದ್ಗರಿಸಿದ ಕ್ಷಣಗಳೂ ಇವೆ. ಆ ಸರಳ ಸಂತೋಷದಲ್ಲಿ ಒಂದು ಮಗುವಿನ ಮುಗ್ಧತೆ ಇರುತ್ತದೆ, ಬಹುಶಃ ಪ್ರಕೃತಿ ನಮ್ಮಲ್ಲಿ ಎಂದೂ ಸಾಯದ ಆ ಮಗುತನವನ್ನೇ ಮತ್ತೆ ಎಚ್ಚರಿಸುತ್ತದೆ.

ರಾತ್ರಿಯ ಆಕಾಶ ನೋಡುತ್ತಿದ್ದಂತೆ, ನಮ್ಮ ಸಮಸ್ಯೆಗಳು ಎಷ್ಟು ಚಿಕ್ಕವು ಎಂಬ ಅರಿವು ಮೂಡುತ್ತದೆ. ಲಕ್ಷಾಂತರ ವರ್ಷಗಳ ಹಿಂದೆ ಹೊರಟ ಬೆಳಕು ಇಂದು ನಮ್ಮ ಕಣ್ಣಿಗೆ ಬೀಳುತ್ತಿದೆ ಎಂಬ ಸತ್ಯ, ಸಮಯದ ಬಗ್ಗೆ, ನಮ್ಮ ಅಸ್ತಿತ್ವದ ಬಗ್ಗೆ ಹೊಸ ದೃಷ್ಟಿಕೋನ ನೀಡುತ್ತದೆ. ಇಂತಹ ರಾತ್ರಿಗಳೇ ನನ್ನನ್ನು ಮತ್ತೆ ಮತ್ತೆ ಕಾಡಿಗೆ ಸೆಳೆಯುತ್ತವೆ.

◆ ◆ ◆

ಕಡಲಂಚಿನಲ್ಲಿ

ಬೆಟ್ಟ ಹತ್ತುವ ಚಟ ಹೇಗೆ ಒಂದೊಂದು ಸಲ ಎತ್ತರದ ಕಡೆ ಸೆಳೆಯುತ್ತದೋ, ಹಾಗೇ ಸಮುದ್ರ ನನ್ನನ್ನು ವಿಸ್ತಾರದ ಕಡೆ ಸೆಳೆಯುತ್ತದೆ. ಕರ್ನಾಟಕದ ಕರಾವಳಿ — ಗೋಕರ್ಣ, ಮುರುಡೇಶ್ವರ, ಕಾಪು, ಮಲ್ಪೆ — ಪ್ರತಿ ಕಡಲತೀರವೂ ತನ್ನದೇ ಆದ ಮೂಡು ಹೊಂದಿದೆ. ಗೋಕರ್ಣದ ಓಂ ಬೀಚ್‌ನಲ್ಲಿ ಬೆಳಗಿನ ಜಾವ ನಡೆದಾಗ, ಮೀನುಗಾರರು ದೋಣಿ ಸಮುದ್ರಕ್ಕೆ ಇಳಿಸುತ್ತಿದ್ದ ದೃಶ್ಯ, ಅಲೆಗಳ ಶಬ್ದದೊಂದಿಗೆ ಸೇರಿ ಒಂದು ಜೀವಂತ ಚಿತ್ರವಾಗಿ ಮನಸ್ಸಿನಲ್ಲಿ ಅಚ್ಚೊತ್ತಿದೆ.

ಕಡಲು ನನಗೆ ಯಾವಾಗಲೂ ಒಂದು ಪಾಠ ಕಲಿಸುತ್ತದೆ — ನಿರಂತರತೆಯ ಪಾಠ. ಅಲೆಗಳು ಬರುತ್ತವೆ, ದಡಕ್ಕೆ ಅಪ್ಪಳಿಸುತ್ತವೆ, ಹಿಂತಿರುಗುತ್ತವೆ, ಮತ್ತೆ ಬರುತ್ತವೆ. ಈ ಲಯ ಎಂದೂ ನಿಲ್ಲುವುದಿಲ್ಲ. ಒಂದು ಕಷ್ಟದ ಕಾಲದಲ್ಲಿ ನಾನು ಕಡಲತೀರದಲ್ಲಿ ಒಂಟಿಯಾಗಿ ಕುಳಿತು, ಗಂಟೆಗಟ್ಟಲೆ ಈ ಅಲೆಗಳ ಬರುವಿಕೆ-ಹೋಗುವಿಕೆ ನೋಡುತ್ತಿದ್ದೆ. ಆ

ನಿರಂತರತೆಯಲ್ಲಿ ಒಂದು ಸಾಂತ್ವನ ಇತ್ತು — ಎಷ್ಟೇ ಕಷ್ಟ ಬಂದರೂ, ಸಮಯ ಮುಂದೆ ಸಾಗುತ್ತದೆ, ಹೊಸ ಅಲೆ ಬರುತ್ತದೆ ಎಂಬ ಭರವಸೆ.

ಸಂಜೆಯ ಹೊತ್ತು ಕಡಲತೀರದಲ್ಲಿ ನಡೆಯುತ್ತ, ಕಾಲ ಕೆಳಗಿನ ಒದ್ದೆ ಮರಳಿನಲ್ಲಿ ಮೂಡುವ ಹೆಜ್ಜೆ ಗುರುತುಗಳು ಅಲೆಗಳಿಂದ ಅಳಿಸಿಹೋಗುವುದನ್ನು ನೋಡುತ್ತಿದ್ದೆ. ಅದು ನನಗೆ ನೆನಪಿಸಿತು — ನಮ್ಮ ಅಹಂಕಾರ, ನಮ್ಮ ಚಿಂತೆಗಳು ಎಷ್ಟೇ ದೊಡ್ಡದೆನಿಸಿದರೂ, ಪ್ರಕೃತಿಯ ಮುಂದೆ ಅವು ಈ ಹೆಜ್ಜೆ ಗುರುತುಗಳಷ್ಟೇ ಅಲ್ಪಕಾಲಿಕ.

◆ ◆ ◆

ಹೂವು, ಹಕ್ಕಿ, ಪ್ರಾಣಿ

ಚಾರಣದ ಸಮಯದಲ್ಲಿ ದೊಡ್ಡ ದೃಶ್ಯಗಳಷ್ಟೇ ಅಲ್ಲ, ಸಣ್ಣ ವಿಷಯಗಳೂ ಮನಸ್ಸಿನಲ್ಲಿ ಉಳಿಯುತ್ತವೆ. ನೀಲಗಿರಿ ತಹರ್, ಮಲಬಾರ್ ವಿಷಲ್ಲಿಂಗ್ ಥ್ರಶ್ ಎಂಬ ಹಕ್ಕಿಯ ಸಿಳ್ಳೆಯಂತಹ ಕೂಗು, ದಾರಿಯಲ್ಲಿ ಇದ್ದಕ್ಕಿದ್ದಂತೆ ಎದುರಾಗುವ ದೊಡ್ಡ ಅಳಿಲು (ಮಲಬಾರ್ ಜೈಂಟ್ ಸ್ಕ್ವಿರಲ್) — ಇವೆಲ್ಲ ಪ್ರತಿ ಚಾರಣವನ್ನೂ ವಿಶೇಷವಾಗಿಸುತ್ತವೆ.

ನೀಲಕುರಿಂಜಿ ಹೂವು ಹನ್ನೆರಡು ವರ್ಷಗಳಿಗೊಮ್ಮೆ ಅರಳುತ್ತದೆ ಎಂಬುದನ್ನು ಕೇಳಿದ್ದೆ, ಆದರೆ ಬಿಆರ್ ಹಿಲ್ಸ್‌ನ ಬಳಿ ಒಮ್ಮೆ ಅದನ್ನು ಕಣ್ಣಾರೆ ಕಂಡಾಗ, ಇಡೀ ಗುಡ್ಡ ನೀಲಿ ಬಣ್ಣದಲ್ಲಿ ಮಿಂದೆದ್ದಂತೆ ಕಂಡಿತ್ತು. ಪ್ರಕೃತಿ ತನ್ನದೇ ಆದ ಕ್ಯಾಲೆಂಡರ್ ಇಟ್ಟುಕೊಂಡಿದೆ ಎಂಬ ಅರಿವು ಆ ಕ್ಷಣ ಆಳವಾಗಿ ಮನಸ್ಸಿಗೆ ನಾಟಿತು.

ಆನೆ ಹಿಂಡೊಂದನ್ನು ದೂರದಿಂದ ನೋಡಿದ ಅನುಭವ ಇಂದಿಗೂ ಎದೆಬಡಿತ ಹೆಚ್ಚಿಸುತ್ತದೆ. ಬಂಡೀಪುರದ ಕಾಡಿನಲ್ಲಿ ಜೀಪ್ ಸಫಾರಿಯ ವೇಳೆ,

ಸ್ವಲ್ಪ ದೂರದಲ್ಲಿ ತಾಯಿ ಆನೆ ತನ್ನ ಮರಿಯನ್ನು ಎಚ್ಚರಿಕೆಯಿಂದ ಕಾಪಾಡುತ್ತ ನಡೆಸಿಕೊಂಡು ಹೋಗುತ್ತಿದ್ದ ದೃಶ್ಯ, ಪ್ರಾಣಿ ಪ್ರಪಂಚದಲ್ಲೂ ಮನುಷ್ಯರಂತೆಯೇ ಪ್ರೀತಿ, ಕಾಳಜಿ ಇದೆ ಎಂಬುದನ್ನು ನೆನಪಿಸಿತು. ಈ ಸಣ್ಣ ಪುಟ್ಟ ಭೇಟಿಗಳೇ ಪ್ರಕೃತಿಯೊಂದಿಗಿನ ನಂಟನ್ನು ಗಟ್ಟಿಗೊಳಿಸುತ್ತವೆ.

◆ ◆ ◆

ಋತುಗಳ ಬದಲಾವಣೆ

ಒಂದೇ ಬೆಟ್ಟವನ್ನು ವರ್ಷದ ನಾಲ್ಕು ಋತುಗಳಲ್ಲಿ ನೋಡಿದರೆ, ಅದು ನಾಲ್ಕು ಬೇರೆ ಬೇರೆ ಜಾಗಗಳಂತೆ ಕಾಣುತ್ತದೆ. ಬೇಸಿಗೆಯಲ್ಲಿ ಚಿಕ್ಕಮಗಳೂರಿನ ಗುಡ್ಡಗಳು ಒಣಗಿ, ಹಳದಿ-ಕಂದು ಬಣ್ಣಕ್ಕೆ ತಿರುಗಿದ್ದರೆ, ಅದೇ ಗುಡ್ಡಗಳು ಮುಂಗಾರಿನಲ್ಲಿ ಹಸಿರಿನ ರತ್ನಗಂಬಳಿ ಹೊದ್ದಂತೆ ಕಾಣುತ್ತವೆ. ಚಳಿಗಾಲದಲ್ಲಿ ಬೆಳಗಿನ ಮಂಜು ಆವರಿಸಿ, ಇಡೀ ಕಣಿವೆ ಒಂದು ಕನಸಿನ ಲೋಕದಂತೆ ಭಾಸವಾಗುತ್ತದೆ.

ಈ ಬದಲಾವಣೆಗಳನ್ನು ಗಮನಿಸುತ್ತ ಹೋದಂತೆ, ನನಗೆ ಅರಿವಾಗಿದ್ದು — ಪ್ರಕೃತಿ ಎಂದಿಗೂ ಸ್ಥಿರವಲ್ಲ, ಅದು ನಿರಂತರ ಚಲನೆಯಲ್ಲಿದೆ. ಆದರೂ ಈ ಚಲನೆಯಲ್ಲಿ ಒಂದು ಕ್ರಮಬದ್ಧತೆ ಇದೆ, ಒಂದು ಲಯವಿದೆ. ಎಲೆ ಉದುರುವುದು, ಹೊಸ ಚಿಗುರು ಒಡೆಯುವುದು, ಹೂ ಅರಳುವುದು, ಫಲ ಬಿಡುವುದು — ಇದೆಲ್ಲ ಒಂದು ಶಾಶ್ವತ ಚಕ್ರ.

ಈ ಚಕ್ರ ನನ್ನ ಸ್ವಂತ ಬದುಕಿನ ಏಳುಬೀಳುಗಳನ್ನು ಅರ್ಥಮಾಡಿಕೊಳ್ಳಲು ಸಹಾಯ ಮಾಡಿದೆ. ಕಷ್ಟದ ಕಾಲ ಬೇಸಿಗೆಯಂತೆ,

ಶುಷ್ಕ ಮತ್ತು ಕಠಿಣ. ಆದರೆ ಮುಂಗಾರು ಬರುತ್ತದೆ ಎಂಬ ಭರವಸೆ, ಬದುಕಿನಲ್ಲೂ ಒಳ್ಳೆಯ ದಿನಗಳು ಬರುತ್ತವೆ ಎಂಬ ನಂಬಿಕೆಯನ್ನು ಗಟ್ಟಿಗೊಳಿಸಿದೆ. ಋತುಗಳ ಬದಲಾವಣೆ ಗಮನಿಸುವುದೆಂದರೆ, ಬದುಕಿನ ಬದಲಾವಣೆಗಳನ್ನು ಒಪ್ಪಿಕೊಳ್ಳುವುದನ್ನು ಕಲಿಯುವುದು ಎಂದೇ ನಾನು ಭಾವಿಸುತ್ತೇನೆ.

◆◆◆

ದಾರಿಯಲ್ಲಿ ಸಿಕ್ಕ ಜನರು

ಚಾರಣ ಬರೀ ಪ್ರಕೃತಿಯ ಜೊತೆಗಿನ ಸಂಬಂಧವಲ್ಲ, ಅದು ಜನರ ಜೊತೆಗಿನ ಸಂಬಂಧವೂ ಹೌದು. ಕೊಡಗಿನ ಪುಟ್ಟ ಹಳ್ಳಿಯೊಂದರಲ್ಲಿ, ಇಳಿಸಂಜೆ ದಾರಿ ತಪ್ಪಿ ಅಲೆಯುತ್ತಿದ್ದಾಗ, ಒಬ್ಬ ವಯಸ್ಸಾದ ರೈತ ತಮ್ಮ ಮನೆಗೆ ಕರೆದೊಯ್ದು ಬಿಸಿ ಕಾಫಿ ಕೊಟ್ಟು, ಸರಿಯಾದ ದಾರಿ ತೋರಿಸಿದ ನೆನಪು ಇನ್ನೂ ಹಸಿರಾಗಿದೆ. ಅವರ ಆತಿಥ್ಯದಲ್ಲಿ ಯಾವುದೇ ಅಪೇಕ್ಷೆ ಇರಲಿಲ್ಲ, ಬರೀ ಸಹಜ ಮಾನವೀಯತೆ ಇತ್ತು.

ಚಾರಣಿಗರ ತಂಡದಲ್ಲಿ ಸಿಗುವ ಸ್ನೇಹಿತರೂ ವಿಶೇಷ. ಬೆಟ್ಟ ಹತ್ತುವಾಗ ಒಬ್ಬರಿಗೊಬ್ಬರು ಕೈ ಹಿಡಿದು ಸಹಾಯ ಮಾಡುವುದು, ಕಷ್ಟದ ಹಂತದಲ್ಲಿ ಧೈರ್ಯ ತುಂಬುವುದು, ತುದಿ ತಲುಪಿದಾಗ ಒಟ್ಟಿಗೆ ಸಂಭ್ರಮಿಸುವುದು — ಈ ಕ್ಷಣಗಳು ಅಪರಿಚಿತರನ್ನೂ ಆಪ್ತರನ್ನಾಗಿಸುತ್ತವೆ. ಪಟ್ಟಣದ ಜೀವನದಲ್ಲಿ ವರ್ಷಗಟ್ಟಲೆ ಪರಿಚಯವಿದ್ದರೂ ಸಿಗದ ಆತ್ಮೀಯತೆ, ಒಂದೇ ಚಾರಣದಲ್ಲಿ ಸಿಗುವುದುಂಟು.

ಕಾಡಂಚಿನ ಗ್ರಾಮಗಳ ಜನರ ಜೀವನಶೈಲಿ ನೋಡುತ್ತ, ಅವರ ಸರಳತೆ, ಪ್ರಕೃತಿಯ ಜೊತೆಗಿನ ಅವರ ಸಹಬಾಳ್ವೆಯ ಜ್ಞಾನ ನನಗೆ ಅಚ್ಚರಿ ಮೂಡಿಸಿದೆ. ಯಾವ ಗಿಡದ ಎಲೆ ಔಷಧಿಗೆ ಬಳಸಬಹುದು, ಯಾವ ಮೋಡ ಮಳೆ ತರುತ್ತದೆ ಎಂಬ ಅವರ ಸಹಜ ಜ್ಞಾನ, ಪುಸ್ತಕಗಳಲ್ಲಿ ಸಿಗದ ಬುದ್ಧಿವಂತಿಕೆ. ಈ ಜನರೇ ನನ್ನ ಚಾರಣಗಳಿಗೆ ನಿಜವಾದ ಅರ್ಥ ತುಂಬಿದವರು.

◆◆◆

ಪ್ರಕೃತಿ ಮತ್ತು ಮನುಷ್ಯ

ವರ್ಷಗಳ ಚಾರಣದಲ್ಲಿ ನಾನು ಒಂದು ಬದಲಾವಣೆಯನ್ನೂ ಗಮನಿಸಿದ್ದೇನೆ — ಕೆಲವು ಜಲಪಾತಗಳ ಸುತ್ತ ಈಗ ಪ್ಲಾಸ್ಟಿಕ್ ಬಾಟಲಿಗಳ ರಾಶಿ, ಕೆಲವು ಬೆಟ್ಟದ ದಾರಿಗಳಲ್ಲಿ ಅತಿಯಾದ ಪ್ರವಾಸಿಗರ ಒತ್ತಡ, ಕಾಡಂಚಿನ ಗ್ರಾಮಗಳಲ್ಲಿ ಬದಲಾಗುತ್ತಿರುವ ಹವಾಮಾನದ ಬಗ್ಗೆ ರೈತರ ಆತಂಕ. ಇವೆಲ್ಲ ನೋಡಿದಾಗ ಮನಸ್ಸು ಭಾರವಾಗುತ್ತದೆ.

ಒಮ್ಮೆ ಕುದುರೆಮುಖದ ಚಾರಣದಲ್ಲಿ, ಸ್ಥಳೀಯ ಗೈಡ್ ಒಬ್ಬರು ಹೇಳಿದ ಮಾತು ಮನಸ್ಸಿನಲ್ಲಿ ಉಳಿದಿದೆ: "ಮೊದಲು ಈ ಕಾಡಿನಲ್ಲಿ ಹಕ್ಕಿಗಳ ಸದ್ದೇ ಜಾಸ್ತಿ ಇತ್ತು, ಈಗ ಪ್ರವಾಸಿಗರ ಗದ್ದಲವೇ ಜಾಸ್ತಿ." ಈ ಮಾತು ನನ್ನನ್ನು ಚಿಂತನೆಗೆ ಹಚ್ಚಿತು — ಚಾರಣ, ಪ್ರವಾಸೋದ್ಯಮ ಪ್ರಕೃತಿಯ ಸೌಂದರ್ಯವನ್ನು ಜನರಿಗೆ ತೋರಿಸುತ್ತದೆ ನಿಜ, ಆದರೆ ಅದೇ ಪ್ರಕೃತಿಯನ್ನು ಹಾಳುಗೆಡವುವ ಅಪಾಯವೂ ಇದೆ.

ನಾವು ಮಾಡಬಹುದಾದ್ದು ಬಹಳಷ್ಟಿದೆ — ಪ್ಲಾಸ್ಟಿಕ್ ಬಳಸದಿರುವುದು, ಕಸವನ್ನು ವಾಪಸ್ ತರುವುದು, ಸ್ಥಳೀಯ ಸಮುದಾಯಗಳ ಸಂಪ್ರದಾಯ

ಗೌರವಿಸುವುದು, "ಲೀವ್ ನೋ ಟ್ರೇಸ್" ತತ್ವ ಪಾಲಿಸುವುದು. ಪ್ರಕೃತಿ ನಮಗೆ ಎಷ್ಟೋ ಕೊಟ್ಟಿದೆ — ಶಾಂತಿ, ಸೌಂದರ್ಯ, ಸ್ಫೂರ್ತಿ. ಈಗ ನಮ್ಮ ಸರದಿ, ಅದನ್ನು ಮುಂದಿನ ಪೀಳಿಗೆಗೂ ಉಳಿಸಿಕೊಡುವುದು. ಈ ಜವಾಬ್ದಾರಿಯನ್ನು ಅರಿತುಕೊಳ್ಳದ ಚಾರಣ, ಅಪೂರ್ಣ ಚಾರಣ ಎಂದೇ ನಾನು ನಂಬುತ್ತೇನೆ.

◆◆◆

ಕೊನೆಯ ಮಾತು — ಮತ್ತೆ ಪಯಣ

ಈ ಪುಸ್ತಕ ಬರೆಯುತ್ತ ಕುಳಿತಾಗ, ನನ್ನ ಎಲ್ಲ ಚಾರಣಗಳ ನೆನಪುಗಳು ಮತ್ತೆ ಜೀವಂತವಾದವು — ಮೊದಲ ಬೆಟ್ಟದ ಏದುಸಿರು, ಕಾಡಿನ ಮೌನ, ನದಿಯ ಹಾಡು, ಜಲಪಾತದ ಭೋರ್ಗರೆತ, ಮುಂಗಾರಿನ ಮಣ್ಣಿನ ಪರಿಮಳ, ಸೂರ್ಯೋದಯದ ಚಿನ್ನದ ಬೆಳಕು, ರಾತ್ರಿಯ ನಕ್ಷತ್ರಗಳು, ಕಡಲಿನ ಅಲೆಗಳು, ಪುಟ್ಟ ಹೂವುಗಳು, ಹಕ್ಕಿಗಳ ಕೂಗು, ಋತುಗಳ ಬದಲಾವಣೆ, ದಾರಿಯಲ್ಲಿ ಸಿಕ್ಕ ಆತ್ಮೀಯ ಜನರು.

ಆದರೆ ಈ ಪುಸ್ತಕ ಮುಗಿಯುತ್ತಿದೆ ಎಂದು ನನ್ನ ಪಯಣ ಮುಗಿಯುತ್ತಿದೆ ಎಂದಲ್ಲ. ವಾಸ್ತವದಲ್ಲಿ, ಪ್ರತಿ ಚಾರಣ ಮುಗಿದ ಕೂಡಲೇ ಮುಂದಿನ ಚಾರಣದ ಕನಸು ಮನಸ್ಸಿನಲ್ಲಿ ಮೊಳಕೆಯೊಡೆಯುತ್ತದೆ. ಇನ್ನೂ ಎಷ್ಟೋ ಬೆಟ್ಟಗಳು ಹತ್ತಬೇಕಿವೆ, ಎಷ್ಟೋ ಕಾಡುಗಳ ಮೌನ ಆಲಿಸಬೇಕಿದೆ, ಎಷ್ಟೋ ನದಿಗಳ ಹಾಡು ಕೇಳಬೇಕಿದೆ.

ಈ ಪುಸ್ತಕ ಓದಿದ ಪ್ರತಿಯೊಬ್ಬರಿಗೂ ನನ್ನ ಒಂದೇ ಆಶಯ — ನಿಮ್ಮ ಸ್ವಂತ ಮೊದಲ ಹೆಜ್ಜೆ ಇಡಿ. ಹತ್ತಿರದ ಗುಡ್ಡವೇ ಆಗಲಿ, ದೂರದ ಪಶ್ಚಿಮ

ಘಟ್ಟದ ಶಿಖರವೇ ಆಗಲಿ, ಪ್ರಕೃತಿ ನಿಮಗಾಗಿ ಕಾಯುತ್ತಿದೆ. ಹೆಜ್ಜೆ ಹೆಜ್ಜೆಗೂ ಅದು ನಿಮಗೆ ಏನನ್ನಾದರೂ ಕಲಿಸುತ್ತದೆ, ಕೊಡುತ್ತದೆ, ಬದಲಾಯಿಸುತ್ತದೆ. ನಡೆಯೋಣ ಬನ್ನಿ — ಪಯಣ ಇನ್ನೂ ಮುಗಿದಿಲ್ಲ.

- *ದಾನೇಶ್ವರಿ ಎಚ್. ಪಾಟೀಲ್*

◆ ◆ ◆

ಕುಮಾರಪರ್ವತದ ಮೊದಲ ಏರಿನಿಂದ ಗೋಕರ್ಣದ ಕಡಲಂಚಿನವರೆಗೆ, ಜೋಗದ ಭೋರ್ಗರೆತದಿಂದ ಬಂಡೀಪುರದ ರಾತ್ರಿಯ ನಕ್ಷತ್ರಗಳವರೆಗೆ — ಈ ಪುಸ್ತಕ ಒಬ್ಬ ಚಾರಣಿಗಳ ಹೃದಯದ ಮೂಲಕ ಕರ್ನಾಟಕದ ಪ್ರಕೃತಿಯನ್ನು ಕಟ್ಟಿಕೊಡುತ್ತದೆ.

ಹದಿನಾಲ್ಕು ಅಧ್ಯಾಯಗಳಲ್ಲಿ ಹರಡಿಕೊಂಡಿರುವ ಈ ಬರಹಗಳು ಬೆಟ್ಟ, ಕಾಡು, ನದಿ, ಜಲಪಾತ, ಮುಂಗಾರು, ಕಡಲು, ಋತುಗಳ ಬದಲಾವಣೆ ಮತ್ತು ದಾರಿಯುದ್ದಕ್ಕೂ ಸಿಕ್ಕ ಜನರ ಆತ್ಮೀಯ ನೆನಪುಗಳ ಸಂಗಮ. ಇದೊಂದು ಪ್ರವಾಸ ಕಥನವಲ್ಲ, ಪ್ರಕೃತಿಯೊಂದಿಗಿನ ಆತ್ಮೀಯ ಸಂಭಾಷಣೆ.

ನಿಧಾನವಾಗಿ ಓದಿ, ಪ್ರತಿ ಪುಟದಲ್ಲೂ ಒಂದು ಹೆಜ್ಜೆ ಇಟ್ಟಂತೆ ಅನುಭವಿಸಿ.

ಲೇಖಿಕಿ ಬಗ್ಗೆ

ದಾನೇಶ್ವರಿ ಎಚ್ ಪಾಟೀಲ್ ಒಬ್ಬ ಹವ್ಯಾಸಿ ಚಾರಣಿಗಳು ಮತ್ತು ಬರಹಗಾರ್ತಿ. ಕರ್ನಾಟಕದ ಪಶ್ಚಿಮ ಘಟ್ಟ, ಕರಾವಳಿ ಮತ್ತು ಮಲೆನಾಡಿನ ಹಾದಿಗಳಲ್ಲಿ ವರ್ಷಗಳ ಕಾಲ ನಡೆದಾಡಿದ ಅನುಭವಗಳನ್ನು ಈ ಕೃತಿಯಲ್ಲಿ ಹಂಚಿಕೊಂಡಿದ್ದಾರೆ.

◆ ◆ ◆

www.ingramcontent.com/pod-product-compliance
Lightning Source LLC
LaVergne TN
LVHW090336210926
848480LV00004B/1438
* 9 7 9 8 9 0 5 8 4 7 2 3 3 *